அகமும்

முகமும்

ம.மௌனிகா செல்வகுமார்

ஏலே பதிப்பகம்

ISBN 978-93-5533-348-3
Page :112

"சுயம் எனும் தவம்"

" அகமும் முகமும் " பிரபஞ்சம் கண்ட உயிரும்
உணர்வும் பிணைந்த இவ்வாழ்வில் யாம் ரசித்த,
கடந்த வாழ்வியலை வார்த்தைகளாய் தொகுத்து
வகுத்திருக்கும் படைப்பு.

மானுட வாழ்வில் நினைவின் கூட்டில் ஆன்மாவின்
உணர்வுகள் கோடி. பிரமிப்புகள் பாதி. எண்ணி
உருகிய, கடந்து ரசித்த, கடக்க துடித்த ஏதோ ஒரு
உணர்வு இந்த " அகமும் முகமும் " பதிப்பில்
கலந்திருக்கும்.

விழியின் முதல் பதிப்பு முதல் கடைசி பதிப்பு வரை
ஒரு உயிரின் ஒவ்வொரு சுவடும் பதித்திருக்கும்
உணர்வாய் உயிர் பெற்றிருக்கும் தாள்கள் தான்
இந்த " அகமும் முகமும் ".

உள்ளடக்கம்

13. ரௌத்திரம்

14. துன்பம்

15. ஏக்கம்

16. பிரிவு

17. தனிமை

18. காதல்

19. கன்னி

20. கவிதை

21. இசை

22. கடல்

23. பறவை

24. மழை

25. பெண்மை

கவிஞன்

ஏட்டுக்கும் எழுதுகோளுக்கும் பிள்ளை !
கற்பனையின் ஆழம்,
சொல்லுக்கு சிற்பி,
மரபுக்கு தேடல்,
மனிதனுக்கு மடையன்,
எண்ணங்களின் ஊற்று, தனிமைக்கு காதலன்,
இயற்கையின் ஏவலாளி,
கருத்துக்களின் காவலாலி- கவிஞன் !

கரு

பிரம்மாண்டமாய் பேசப்படும் பிறப்புகளின் ஆதி !
ஐம்புலன் சேர்க்கும் பெட்டகம் !
விந்து அண்டத்தின் புணர்வு !
அதிசய கருணை !
துடிப்புள்ள ஆனந்தம் - கரு !

பிறப்பு

இச்சையெல்லாம் இனி உலகில் இயற்றப்போகும்
துவக்கம் !
காட்சிக்கு அழகாய்,
காரணத்தின் கருவே ஜனனம்!
யுகத்தின் தேடலாய்,
தேடலின் முதலாய்,
இயம்ப காத்திருக்கும் பிறப்பு !

15

தாய்மை

உயிர் ஊன் ஒரு சேர பிரசவிக்கும் மாயை !
தவம் ஏற்கும் தவிப்பான நிலை !
உயிருக்குள் உயிர் கோர்க்கும் கலை !
சுகமான வலி எல்லாம் சுமந்தே சிறகடிக்கும் !
குறுநகையாய் பொறுப்பேற்கும்
கனம் எல்லாம் புகழே வேண்டாம் என நிற்கும்
புரியாத புதிர் !

அப்பா

மூன்றெழுத்து நம்பிக்கை !
முயலாத இடமெல்லாம் இயலமூாது என
உணர்த்தும் படிக்கல் !
காட்சிக்கு எளிமை !
நரை ஏறிய தலை !
சுருக்கம் சிரிக்கும் நெற்றி !
கவனம் கரையா நுணுக்கம் !
இன்னும் இறுக்கி பிடித்தால் காது நரம்புகள்
துடிக்கும் !
தியாகம் என்றில்லை கடமை! என்றே கடைசி
மூச்சுவரை போராடும் உன்னதம் நீ -
அப்பா

19

அம்மா

மூவுலகும் அறியும் !
வள்ளுவன் கண்ட முப்பாலும் அறியும் !
நின்னை நான் கூறி சிறக்கவோ !
வேண்டாம் அம்மா -
எல்லாம் அரிந்தது எண்ணிலடங்கா
யான் கொண்ட ஒற்றை உணர்வு
எங்கெல்லாம் விம்மி விழி கசிந்து உலகம் துறந்து
துவண்டு போகிறேனோ
"ஒன்னுமில்ல ; அடுத்து பாப்போம் விடு, சாப்டியா ?"
என உறவாய் உணர்வாய் நெகிழ்கிறாய் ஆதலால்
மட்டுமே இன்னும் நீ சிறக்கிறாய் !!

உடன்பிறப்பு

மனம் கொஞ்சம் சலைக்கும் போதெல்லாம் மாறியே
விடுவான் தந்தையாய் !
தோசை ஒன்று குறைந்தால் எதிரியே ஆவான் கனமே
!
மருமகளோ(னோ) மனமுவந்து கட்டி அணைப்பான்
!
துணையாய் இருப்பான்
துளி கண்ணீர் துடைக்க அல்ல
துயர் வராமல் காக்க !

23

ஆசான்

ஆயிரம் எண்ணங்களை வடிவமைத்து !
பெயர்க்கல்லாம் பெருமை சேர்த்து !
பேரதிசயம் என உணர்வோர்க்கு பேச்சில் துணிவு
தந்து !
அறிவிற்கோர் விருந்து தந்து
விதமாய் பல பட்டப் பெயர் தாங்கி
ஆண்டுகள் பல கடந்தும் ஆணி வேர் போல் பதியும்
உருவம் ஆசான் !

25

தெய்வம்

சிலருக்கு கல்,
பலருக்கு காட்சி,
சிலருக்கு நம்பிக்கை,
பலருக்கு மூட நம்பிக்கை,
சிலருக்கு பயம்,
பலருக்கு வேஷம்,
இது வரை புரியாத புதிர் !

கலை

ஆத்மார்த்த உணர்வு !
கவிக்கு எழுத்தில் !
நடிகனுக்கு பாவனையாய் !
பாடகனுக்கு குரலாய் !
மதிக்கு முழுதாய் !
நடனத்திற்கு அபிநயமாய் !
ஒவ்வொரு உயிர்க்கும் சுவையாய் !
ரம்யமாய் ஓடி கொண்டிருக்கும் தேடல் - கலை !

இளமை

அகமெல்லாம் அனல் கக்கும்,
புறமெல்லாம் புதியதாய் மாறும்,
காட்சியெல்லாம் வசமாகும்,
காதல் எனும் கலை உணரும்,
கச்சிதமாய் காரியம் ஏற்கும்,
புத்துணர்வின் பிறப்பிடமாய்,
புகழுக்கு உழைப்பிடமாய்,
வாழ்வின் ருசி மொத்தம் ரசிக்க சொல்லும் இந்த -
இளமை !!!

நட்பு

உணவு பகிர்ந்து,
உலகம் வியந்து,
கூடி இருந்து,
களிப்பு ஏற்று,
காரணமின்றி கண்ணீர் சிந்தி,
உணர்வுகள் புதைத்து,
சில உணர்வு சிதைவுறாமல் தடுத்து,
கனவெல்லாம் கொட்டி,
காரியத்திற்கு ஊக்கம் தந்து,
பிரிவிற்கும் விழா தந்து,
சேரும் பந்தம் - நட்பு !!

துரோகம்

ஆழ்மன குமுறல்
அங்கெல்லாம் ஒரு தனியா அனல் !
விழியெல்லாம் ஈரம் தந்து
விம்மி நிற்கும் எனினும்
பதறாத நெஞ்சம் !
சிலமுறை சிலரால் பலருக்கு !
பலமுறை தன்னால் தனக்கே !
காட்சிப்படுத்த முடியாத கடினம்
சூழ்நிலைக்கெல்லாம் பிரியமான உணர்வுத்திறல்
மீண்டெழ முடிந்த ஒரு விபத்து- துரோகம் !!

35

ரெளத்திரம்

பாரதியின் பரிட்சயம் !
துடித்தெழ செய்யும் துணை !
தீயென விம்மும்!
தீராத கேடுதன்னை கேட்கிற போதெல்லாம்,
தலையாய தகுதி !
மானுட மந்திரம் !
வான் எட்டும் நீதி !
வழக்காடும் எனும் நிலையில், இனம் காணும் ஒரு
குணம்- ரௌத்திரம் !!

துன்பம்

துணிவின்றி அணுவை சிதைக்க களைத்து ஆயிரம்
எண்ணங்களை ஆன்மாவில் விதைக்கும் அபூர்வ
செயற்கை !
கண்ணீருக்கும் காயத்திற்கும் விதையும் நீயே வேறும்
நீயே !
துவள கூடிய துயருக்கும் துடிப்போடு வழி தேடும்
நேர்மறை தரும் எதிர்மறை வழி !!

ஏக்கம்

உயிருக்கு தவிப்பு தந்து,
எண்ணம் மொத்தம் ஏங்கி,
திரும்ப திரும்ப எண்ண,
திரும்பாத நிழல் கூட திவ்யமாய் ரசிக்க,
வருத்தமெல்லாம் வருந்தும் போதும்,
நிலவோடு,
இளந்தென்றலோடு
ஆறு முதல் அறுபது வரை ஒவ்வொருவருக்கும்
ஒவ்வொரு வகை !!!

41

பிரிவு

இயற்கைக்கு இலக்கல்ல,
இருமனம் கொள்ளும் இருதய சிதைவு பிரிவு,
காதலில்,
கடமையில்,
காத்திருந்த வாய்ப்பில்,
கடந்த த்ரோகத்தில்,
எத்துணை எத்துணை
எட்டாத எல்லாமுடனும்
எட்டிய நிலைகளிலும்
ஏதோ விரக்தி எங்கோ கூடி நிற்கும் அதீத உணர்வே -
பிரிவு !!

43

தனிமை

அழகின் உச்சம் !
அருவி போல் ஊற்று !
உணர்வுக்கெல்லாம் பிறப்பு !
சிலரின் தேடல் !
சிலருக்கு ஊடல் !
பலரின் புரிதல் !
பக்குவத்தின் பரிசு !
சிலரின் விரும்பா துறவு !
பலரின் விருப்ப தேர்வு !
இனிமையின் இன்றியமையாநிலை -
தனிமை !!

காதல்

இளமையின் ரகசியம் !
இயல்பான பொக்கிஷம் !
களவுக்கு வழிதரும் விழி போதை !
அரும்பில் விரும்பும் அதிசயம் !
ரசனைக்கு கூற்று !
கவிதைக்கு களம்!
பாலின ஈர்ப்பு !
பலவித ஏற்பு !
இயற்கையின் நியதி !
ஒரறிவு துவங்கி ஆறறிவு இயம்ப அத்தனையும் -
காதலே !!

47

கன்னி

பார்வைக்கு புதையல்,
பார்க்காத புதிர்,
இளமைக்கு ஏக்கம்,
இனிமைக்கு விளக்கம்,
புரிதலுக்கு பொக்கிஷம்,
நடமாடும் விசாலம்,
பிரபஞ்ச பேரதிசயம் !!

கவிதை

எண்ணங்களின் இணைப்பு !
உவமைகளின் ஊக்கம் !
உணர்வுகளின் பகிர்வு !
ஏராளமான இலக்கணங்கள்! தாங்கி நிற்கும்
இயல்புகளின்! எழுத்து கலவை - கவிதை !

இசை

ரம்யம் கொஞ்சும் விருந்து! செவியோடு பயணிக்கும்
சீராய் !
மழையென பொழியும் !
நனையாது அகமும் !
தென்றலாய் வருடும் !
தீவாய் மலரும் !
கரு முதல்
கல்லறை வரை
இயைந்தே பயணிக்கும் -
இசை !!

53

கடல்

ஆழி - ஆயிரம் உணர்வுகளின் ஆர்ப்பரிக்கும்
ஆகச்சிறந்த ஆர்பரிப்பாளன் !
மனிதம் இவ்வுணர்வை ஈர்க்குதோ அவ்வுணர்வை
அவ்வாறே வழங்கும் அடிமை !
தொண்ணூறுகள் தொட்ட கால்களும் இங்கே
அமைதி கொள்ளும் !
காதல், தனிமை, வெறுமை, ஏக்கம், கண்ணீர், புதுமை,
என சர்வமும் சுமக்கும் ! கடல்

பறவை

முதல் அதிசயம்!
உயரே உன் சிறகெல்லாம் நீ விரிக்கையில் உச்சி
சிலிர்த்து உணர்ந்ததாய் நினைவு
பால் பருவத்திலே !
நீல வெளியில் நீங்காத வெண்மை ஆங்காங்கே
குறிப்பிடும் வண்ணம் இல்லையெனினும் கவனம்
மொத்தம் கச்சிதமாய் கவரும் பறவை !

57

மழை

இலக்கணமே பாராமல் பருவமாய், என்னை பகைத்தாலும்
மண்ணோடு புதைத்து மாயமாய், உன்னில் மீண்டும் உயிர்ப்பேன் ஆகாயமே !
என கவி பேசும் காதல் தான் மண்ணும் மழையும் !

பெண்மை

உச்சி முதல் பாதம் வரை வளைவு நெளிவுகளில்
வனப்புகளின் இருப்பிடம் தான் !
இல்லையென்றில்லை... !!!
இருப்பினும் பெண்மையின் பெண்மை அவள்
பூட்டிய சேலைக்கு பின்னே உள்ள அகமே !
வலிமையா, வாஞ்சையா, பூகம்பமா, பூந்தென்றலா,
கனிவா, காதலா, நிதானமா, என உணர்வுக்கு
படைப்பளிக்கும் பெண்மை சற்றே கடினமே !!!

ஆண்மை

புஜங்களின் பொருள் !
ஆரவாரமற்ற தியாகிகளே !
ஆண்மைக்கான இலக்கணம் வகுக்கும் ஆண்களின்
அகம் கூட சிறு சுயநலமற்ற பக்கங்கள் என்பதை
இன்னும் கூட இந்த சமூகம் உணரவேண்டும் !
கம்பீர தோற்றம்
பொறுப்புகள் திணிக்கப்படும் பெயரென்னவோ
கடமை !
அதுவே ஆண்மை !

63

புத்தகம்

ஆயிரம் அர்த்தம் கொண்ட உன்னை - அள்ளி
அணைக்கவில்லை!
கிள்ளி கொஞ்சவில்லை!
நினைத்து வருந்தவில்லை !
பிரிய நினைக்கவில்லை !
ஆயினும்,
கலக்கிறாய் உணர்வுகளுக்கு மத்தியில் !!
புத்தக தாள்களை நுகரும் போதெல்லாம் போதை
ஒன்று ஏறுதென பிதற்றசெய்யிம் பித்துநிலை !
தாளோடு காதல்,
கருத்தோடு புனைவு,
காலத்தோடு விளைவு என நீக்கமற நிறைவான
இந்தப் புத்தகம் !!

குறுநகை

கஞ்சம் தான் இந்த புன்னகையில்
ஏனோ !
ஏதோ நினைவலையில் நீங்காத பதிப்பில் கண்
முன்னோ - அல்ல
மனம் முன்னோ வரும் சிறு தோன்றலில் கொஞ்சம்!
கொஞ்சமாய் இதழ் சிதறவிடும் குறுநகை சிலிர்ப்பே
!!

பசி தீர்க்க பகுதியாய்,
அங்கம் துடித்தெழ அனலாய்,
தணலெல்லாம் தாகமே - என வெஞ்சமாய்,
உணர்வுகளின் பலமுகமாய் மிளிரும் தீ !!
மணவரை முதல் பிணவரை வரை அறியாத இடமே
அத்துணை குறைவு !!

69

கண்ணீர்

விலகாத விபரம் !
விளங்காத வெண்மை !
துன்பத்தின் திறவுகோல் !
பெருமூச்சின் பிறப்பிடம் !
விம்மி துடைக்கையில் வெகுமதி! மறுத்துளி என
மார்போடு தஞ்சம்! அடையும் ஒரு அழகிய
கவிதையே !!

பேரின்பம்

பெறப்பட்ட அனைத்துமே பேரின்பம் என்பதில்
சற்று மனித மனம் நிம்மதி கொள்வதில்லை... !
விலகிய விபரம் தேடியே, நெருங்கிய நிஜங்களை
நிந்திக்கும், நிலையில்
நிசப்தமும் பேரின்பமே !

நீண்ட சாலை

ஜன்னலோர இருக்கை
பின்னோக்கி ஓடும் மரங்கள்
நொடிநொடியே முன்னோக்கி போகும் சாலை
சில ரசனைகள்
சில கண்ணீர்
சில ஏக்கம்
சில காதல்
சில மகிழ்ச்சி
சில விரக்தி
என நவரசமும் பலகோணங்களில் பன்முகங்களில்
கடத்தப்படும் பதிவுகளை எப்போதும் சேர்த்து
வைப்பவை இந்த நீண்ட சாலை !!

இரவு

எப்போதும் மூடப்பட்ட அந்த சூரியனின் போர்வை
இவள் !
கண்ணீருக்கு பிடித்த நிறம் !
தென்றலின் தேவதை !
குழந்தைக்கு நிலவழகாய் !
பாவைக்கு தென்றலழகாய் !
கவிஞனுக்கு சூழ்நிலையாய் !
இளமைக்கு இதமாய் !
முதுமைக்கு நினைவோடு துணையாய் !
நீக்கமற நிறைந்திருப்பாள்
இந்த இரவு !!

காடு

பச்சை போர்த்திய அதிசயம் !
கற்பனைக்கு எட்டா காவியம் !
சலசல சப்தம் !
கீட்ச் கீட்ச் என சில முத்தம் !
விளையாடும் விலங்குகளின் மைதானம் !
மனம் எங்கும் மணம் கொஞ்சும் மரங்கள் !
கை விரித்து வான் முட்டும் கிளைகள் !
தனித்தனி உலகமாய் உலவும் உல்லாசம் காடு !!

பிச்சை

அழகற்ற தோற்றம் !
மிடுக்கற்ற பார்வை !
அழுக்கோடு அங்கம் !
பரிதாபம் மொத்தம் அள்ளிவிடும் பார்வை !
இத்துணையும் மீறி எங்கோ ஒரு பேருந்து பயணத்தில்
எப்போதோ....
நினைவிருக்கிறது !!
அளித்த ஐந்து ரூபாய்க்கு
கட்டணமில்லா அந்த இயல்பான சிரிப்பு !!
நொருங்கியே சிதறச்செய்யும் நம் பார்வையில்
பரிதாபம் இருக்குமானால்
ரசனை பிறக்குமானால்
அவ்வளவே !
ஒரு வேலைக்கான தேநீருக்கு விலையில்லா அவள்
புன்னகை !!
பிச்சை என்றில்லை ரசித்ததற்கான கட்டணமே !

81

உறக்கம்

இரவிற்கு இலக்கணம் !
இயல்பாய் சற்றே கடினம் !
மனதின் ஊஞ்சல் !
தரை மீது கிடத்தி இமை கொள்ளும் இசை !
கனவின் திறவுகோல் !
பேரன்பு மிக்க இரக்கம் !
இந்த உறக்கம் !!

வெற்றி

பார்வைக்கு அதிர்ஷ்டம் !
பார்க்காத உழைப்பு !
எஞ்சிய நிமிடம் கொஞ்சமாய் !
ஏராளமாய் விட்ட தவறவிட்ட வாய்ப்புக்கு மிச்சமாய்
!
கண்ணீரின் விலையாய் !
தள்ளி வைத்த கனவெல்லாம் கூடி
ஓட்டு மொத்தமாய் ஆர்ப்பரிக்கும் அந்த முகம் -
வெற்றி !!

தோல்வி

வெற்றியின் விரதம் !
விரும்பாத படிநிலை !
தொடர்ந்து பயணித்து துவண்டு விழித்தெழும் ஒரு
தவம் !
கண்ணீருக்கு ஆதாரம் !
உன்னை தழுவமால் ஓராயிரம் வெற்றி ருசியட்றதே !!

கனவு

மீளாத நினைவெல்லாம் மீட்டெடுக்கும் மீதி !
புதியதோர் உலகம் !
விருப்பமெல்லாம் சரியே !
நிந்தித்த அனைத்தும் சித்தமே !
விழி வாசல் மூடி கனவென்னும் காட்சிகள் தேடினால்
நனவுக்கு நாட்கள் குறையுமே !
நிச்சயம் கைகூடும் நிலையே கனவு !!

பக்தி

மெச்சிய முன்னோர்
கேள்விக்குள் வெண்தாடி !
நம்பிக்கை ஒளி !
மூடனாய் சிலருக்கு வழி !
சில சிலையாக !
சில ஒளியாக !
சில கலையாக !
சில மனமாக !
சில வழியாக !
சிலவகை சில சிலரால் சிந்திக்க மறந்தும், மறுத்தும்,
ஓடிக்கொண்டிருக்கும் உணர்வு- பக்தி !!

உணவு

அறுசுவைக்கு துவக்கம் !
ஆன்றோர்க்கு மருந்து !
விருந்தோம்பலின் விளக்கம் !
வானவில்லின் வண்ணம் !
அங்கத்தின் செயலி !
உலகத்தின் தேடல் !
நாவின் காதலி !
அளவால் நன்மை !
ஆயினும்

நிலவு

வெண்மை பளிங்கு !
விரும்பும் உணர்வளிக்கும்
விந்தை !
விண்ணுலக தேவதை !
விரும்பாதோர் விரும்பும் இன்பம் !
காட்சிக்கு தூரம் !
கவிதைக்கு இணக்கம் !
நீங்காமல் பின்தொடரும் தனிமையின் சாரம் !
நிலவு !!

முதல் காதல்

மூச்சோடு சிறு தவிப்பும்
முழுமை அடையாத சிறு பருவும்
குரல் எங்கிலும் சிறு நடுக்கமும்
எதிர்பார்ப்பின் உச்சமும்
பாலினத்தை அடுத்த இலக்கை எட்டியதாய்
அறியச்செய்வதே இந்த முதல் காதல் தான் !!

எறும்பு

முதல் அதிசயம் தான் உற்று ரசித்தபோது -
சிறு துகளை தேவைக் கருதி
வீணின்றி விரைவாய் நகர்த்தும் ஒற்றுமை !
கால்கள் இவையோ என அறியும் முன்னே சீறி வேகம்
கொள்ளும் சீருடை அற்ற ஒரு வரிசை !
வலி உணர செய்யும் வாய் !
சீனி தேடும் சிறு அணு !

ரேடியோ

கனின் கணினி !

எங்கேயோ இருந்து இணைக்கப்பட்ட காதலும்
இதில் சேரும் !
பக்திக்கோ, செய்திக்கோ,
பாடலுக்கோ, பகுதி நேர விளம்பரத்திற்க்கோ,
இசைக்கோ, ஈடில்லா குரலுக்கோ,
விடுகதைக்கோ, விந்தை ஊட்டும் சிந்தை தூண்டும்
கருத்துக்களுக்கோ !
எல்லோரும் கவரப்பட்டு பயணப்பட்டிருக்கும் ஒரு
துணை !
ரேடியோ !!

செய்தித்தாள்

நீங்காத காலை தேநீரின் துணைவன் !
கருத்துக்களின் வண்ணமாய் !
எல்லோர் வீட்டின் காலை எண்ணமாய் !
விரும்பிய பகுதிக்கு விமர்சகனாய்
குறுக்கெழுத்து போட்டிக்கெல்லாம் மன்னனாய் !
பல ரசனைகளை கண்ட முற்போக்காளன் இந்த
செய்தித்தாள் !!

விவசாயம்

நிலத்தின் மகுடம் !
உழைப்பு நீங்காத இளமை !
நிதம் எங்கும் நிலம் !
வெட்டி புதைத்து வீறிட்டு விருட்சமாகும் திறன் !
சாயமில்லா சாத்தியமான வியர்வைக்கெல்லாம்
விருந்து !
காலத்தின் பகிர்வு !
நரம்புகள் புடைத்து நரை கூடி
பார்வை மங்கி பழுத்த நிலையிலும் பசுமை காண
இயக்கும் எண்ணமாய் தன்னிறைவு தரும் விவசாயம்
!!

முதுமை

சலிக்கும் பருவமாய் பதிவிறக்கம் செய்யும் பகுதி,
அளித்த அத்துணை அனுபவமும் தெளிவடைய,
தேர்ந்த தருணமாய் முதுமைக்கு மட்டுமே மூச்சில்
நிறைவு தரும் பகுதி !
அனுபவித்த ஏகமும் எள்ளி நகையாடும் நறைகளை
கண்டு - ஆயினும்
தான் கொண்ட கடமைகள் முழுதும்
முற்றுப்பெறவில்லை என துடிப்போடு இயங்கும்
பகுதி - முதுமை !!!

இறப்பு

இயற்கையின் இயல்புகளில் ஒன்று !
இயலாமல் ஏற்றுக்கொள்ளும் நிசப்தம் !
ஆன்மாவின் விடுதலை வேட்கை !
நிலையான உறக்கம் ! நீங்காத நிலை !
உணர்வுக்கெல்லாம் ஒற்றை மௌனம் !
தவமில்லா வரம் !
வேண்டப்படாத விருப்பம் !
நிறுத்த இயலா பயணத்தின் துவக்கம் ! இறப்பு !!

நினைவுகள்

நெஞ்சுக்கூட்டின் இளமை ரகசியம் !
நிச்சயமான ஸ்பரிச சேர்ப்பு !
பகுதிகளாய் மனதை நிரப்பும் !
சிரிப்பெல்லாம் ரணமாய்,
கண்ணீரெல்லாம் சிரிப்பை,
உணரச்செய்யும் காலத்தின் மாயை !
நிமிடங்களின் நிகழ்கால நிழலாய்,
கடந்தகால நிஜமாய்,
பயணிக்கும் தீராத புதையல் ! நினைவுகள் !!